GUSTO KONG PANATILIHING MALINIS ANG AKING KUWARTO
I LOVE TO KEEP MY ROOM CLEAN

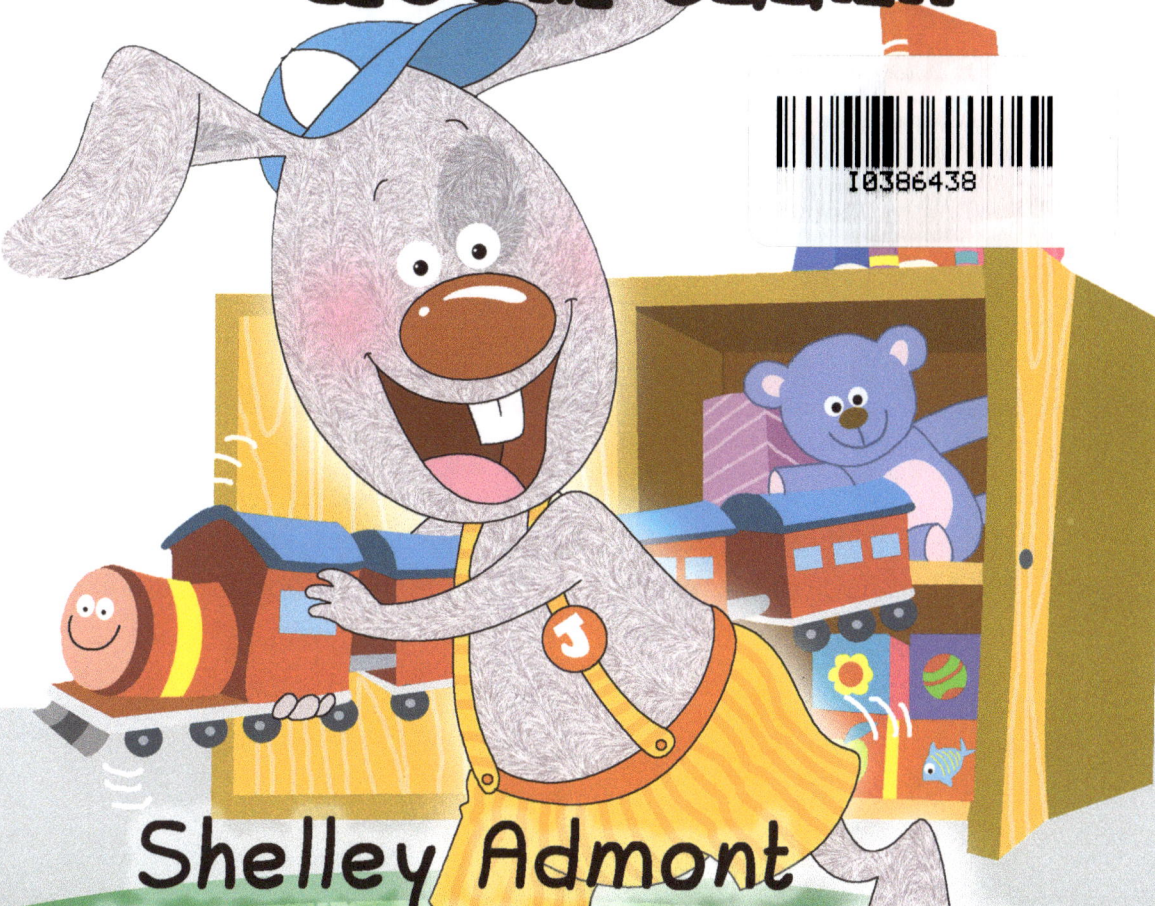

Shelley Admont
Sa Pagguhit nina Sonal Goyal at Sumit Sakhuja

www.sachildrensbooks.com

Copyright©2014 by Inna Nusinsky Shmuilov

innans@gmail.com

All rights reserved. No part of this book may be reproduced in any form or by any electronic or mechanical means, including information storage and retrieval systems, without written permission from the publisher or author, except in the case of a reviewer, who may quote brief passages embodied in critical articles or in a review.

Translated from English by Ma Aurora Sicat

Isinalin mula sa Ingles ni Ma. Aurora L. Sicat

Edited by Melissa San Pedro

First edition, 2016

I Love to Keep My Room Clean (Tagalog English Bilingual Edition)/ Shelley Admont

ISBN: 978-1-77268-694-4 paperback

ISBN: 978-1-77268-695-1 hardcover

ISBN: 9978-1-77268-693-7 eBook

Please note that the Tagalog and English versions of the story have been written to be as close as possible. However, in some cases they differ in order to accommodate nuances and fluidity of each language.

Although the author and the publisher have made every effort to ensure the accuracy and completeness of information contained in this book, we assume no responsibility for errors, inaccuracies, omission, inconsistency, or consequences from such information.

Para sa mga pinakamamahal ko—S.A.
For those I love the most—S.A.

Isang sabado ng umaga, sa isang malayong kagubatan, kagigising lang ng tatlong kuneho nang pumasok ang kanilang nanay.

It was a sunny Saturday morning in a faraway forest. Three bunny brothers had just woken up, when their Mom entered the room.

"Magandang umaga, mga bata," bati ni Nanay. "Narinig ko ang kaluskos ninyo dito."

"Good morning, boys," Mom said. "I heard you moving around in here."

"Sabado ngayon, maaari kaming matulog nang anumang oras," ngiti ng pangalawang kuya.

"Today is Saturday, we can sleep as late as we want," said the middle brother with a smile.

"Maaari kayong manatili sa inyong kama sandali," sabi ni Nanay, "subalit kailangan kongumalis. Kailangan kong bisitahin ang inyong Lola ngayon. Makakasama ninyo ang inyong Tatay hanggang sa pagbalik ko."

"You can stay in your beds for a while," Mom said, "but I'll have to leave. I need to visit your Granny today. You'll stay with Daddy until I come back."

Pagtayo ninyo mula sa higaan at pagkatapos ninyong magsipilyo, kakain kayo ng almusal," dagdag ni Nanay. *"Pagkaraan, maaari na kayong magbasa ng libro o maglaro ng inyong laruan,"* pagpapatuloy ni Nanay. *"O maaari kayong lumabas para magbisikleta."*

"When you get out of your beds and brush your teeth, you'll have your breakfast," Mom added. "After that, you can read books or play with your toys," Mom continued. Or, you can go outside and ride your bicycles."

"Yehey!" Nagtatalon-talon nang masigla sa kanilang higaan ang magkakapatid na kuneho.

"Hooray!" The bunny brothers started to jump on their beds happily.

"Subalit..." paalala ni Nanay, *"dapat ninyong linisin ang inyong kuwarto."*

"But..." said Mom, "you are responsible for cleaning your room."

"Pagbalik ko, gusto kong makitang malinis at maayos ang bahay gaya nang iniwan ko. Magagawa ba ninyo ito?"

"When I come back, I want to see this house clean and organized, exactly as it is now. Can you do this?"

"Oo naman, Nanay," pagmamalaki ng panganay na kapatid. "Malalaki na kami at maasahan ninyo kami."

"Sure, Mom," answered the oldest brother proudly. "We are big enough and we can be responsible."

Pagkaraan nilang magsipilyo ng ngipin, naghanda si Tatay ng masarap na almusal at mas masarap pa na panghimagas. Nagsimula na ang kasiyahan!

After they brushed their teeth, Dad served a delicious breakfast and an even more delicious dessert. Then the fun began!

Nagsimulang buuin ng mga kuneho ang puzzle. Pagkaraan, ipinagpatong-patong nila ang kanilang mga blokeng yari sa kahoy. Sumunod, binuhay nila ang tren at sabay-sabay nilang pinaandar sa riles na laruan.

The bunnies started by putting together their puzzle. Then they continued to their wooden building blocks. Next they played together with the rail trail.

"Itong tren sa riles ang aking paborito," sabi ni Jimmy habang binubuksan niya ang pihitan.

"This railway train is my favorite," said Jimmy as he flipped the on switch.

"Ito ang pinakamagandang regalo na natanggap ko noong huling kaarawan ko."

"This is the best present I've got on my last birthday."

Pagkaraang maglaro sa loob ng bahay ng ilang oras, nainip ang mga kuneho.

After playing inside for hours, the bunnies grew bored.

"Maglaro tayo sa labas!" mungkahi ng pangalawang kuya, habang sumisilip sa labas ng bintana.

"Let's go play outside!" said the middle brother, looking out the window.

"Tama! Pero kailangan muna nating magligpit dito," sabi ng panganay na kapatid.

"Yeah! But we need to clean up here first," said the older brother.

"Naku, mayroon pa tayong oras bago bumalik si Nanay," sabi ni Jimmy, "puwede tayong maglinis mamaya." Sumang-ayon ang dalawang nakatatandang kapatid at sabay silang lumabas ng bahay.

"Oh, we have enough time before Mom comes back," answered Jimmy, "we can clean up later." The older brothers agreed and they all went out.

Sa labas, nalibang ang tatlong magkakapatid na kuneho sa maaraw na panahon. Nagbisikleta sila at naglaro ng taguan. Pagkatapos pinagpasyahan nilang maglaro ng basketball.

Outside, three bunny brothers enjoyed the sunny weather. They rode their bicycles, played hide and seek. Finally they decided to play basketball.

"Kailangan natin ang ating basketball," sabi ng panganay na kapatid. "Subalit hindi ko matandaan kung saan natin ito huling inilagay."

"We'll need our basketball," said older brother. "But I don't remember where we put it."

"Palagay ko nasa ilalim ng aking kama," sabi ni Jimmy. "Titingnan ko." Pumasok siya sa loob ng bahay, umaasang makikita niya ang bola.

"I think it's under my bed," said Jimmy. "I'll go check." With that, he ran inside the house, hoping to find the ball.

Nang binuksan niya ang pintuan ng kanilang kuwarto, laking gulat niya nang makitang nagkalat ang piraso ng puzzle, blokeng yari sa kahoy, mga trak at iba pang laruan na nakakalat sa sahig.

When he opened the door to their room he was very surprised. The floor was covered with puzzle pieces, building blocks, cars and other toys.

Masyadong maraming laruan ang nagkalat sa sahig, naisip ni Jimmy habang papunta siya sa kanyang kama.

There are too many things thrown on the floor, thought Jimmy, making his way toward his bed.

Natapilok siya at nawalan ng balanse. Sinubukan niyang tumindig subalit nadaganan niya ang paborito niyang tren.

Eventually, he stumbled and lost his balance. He was trying to stay upright, but instead fell directly on his favorite train.

"*Aray!*" *sigaw niya habang pinapanood ang gulong ng tren na magkawatak-watak. "Hindi! Ang aking tren!" biglang napaiyak si Jimmy.*

"Ouch!" he screamed, watching the train's wheels flying in different direction. "Noooo, my train!" Jimmy burst into tears.

"*Okay ka lang ba, anak?*" *Nakatayo si Tatay sa pintuan. Hindi siya magkasya sa kuwarto dahil sa dami ng kalat.*

"Are you alright, honey?" Dad appeared in the door. He couldn't fit inside the room due to all the mess.

"*Okay lang ako. Pero ang aking tren …*" *iyak ni Jimmy, habang tinuturo ang nasirang gulong ng kanyang tren.*

"I'm OK. But my train…" cried Jimmy, pointing to the train's broken wheels.

"*Ni hindi ko makita ang tren,*" *sabi ni Tatay. "Ano ba talaga ang nangyari sa kuwartong ito?*"

"I can't even see the train," said Dad. "And what exactly happened in this room?"

"Jimmy, bakit ang tagal mo?" Nabosesan niya ang kanyang mga kapatid habang humahangos sila sa bahay.

"Jimmy, why's it taking you so long?" The other brothers' voices as they ran into the house.

"Nasira ang aking tren!" Hindi pa rin tumitigil sa pag-iyak si Jimmy.

"My train broke!" Jimmy couldn't stop crying.

"Huwag ka nang umiyak, Jimmy," panghihinahon ng panganay na kapatid niya. "Mag-iisip tayo ng paraan. Tatay?"

"Don't cry, Jimmy," said the oldest brother. "We'll think of something. Dad?"

"Baka maayos ko pa ito," boluntaryo ni Tatay. "Subalit kailangan ninyong linisin ito. Dalhin mo sa akin ang tren at ang mga gulong nito pag nahanap mo." Pagkaraan, lumabas ng kuwarto si Tatay.

"Maybe I could fix it," said Dad. "But you need to clean up in here. Bring me the train and the wheels after you find them". With that, Dad went out the room.

"Kailangan nating magmadali bago bumalik si Nanay," paalala ng panganay na kapatid.

"We need to hurry, before Mom comes back," said the oldest brother.

"Pero nakakatamad maglinis," buntong-hininga ni Jimmy habang tinitingnan ang kalat sa kuwarto.

"Oh, cleaning up is boring," said Jimmy Jimmy sighing and looking around the messy room.

"Edi maglaro tayo habang naglilinis," suhestiyon ng kanyang pangalawang kuya.

"Let's play a cleaning-up game then," exclaimed his oldest brother.

Natuwa si Jimmy. "May paparating na bagyo!" sigaw niya. "Kailangan nating ibalik ang lahat ng laruan sa kanilang kinalalagyan."

Jimmy became excited. "The storm is coming soon!" he shouted. "We need to help all the toys get back to their houses."

"Mga superhero tayo," sigaw ng pangalawa niyang kuya. Pinulot niya ang mga laruan sa sahig at ibinalik sa pinagkuhanan.

"We're superheroes," yelled the middle brother. He picked up toys from the floor and put each one in its proper place.

Habang nalilibang sa kanilang ginagawa, naayos at nalinis ng magkakapatid ang lahat ng kalat.

Playing and enjoying, the brothers organized and cleaned everything.

"Nandito na ang lahat ng gulong," hiyaw ni Jimmy, humangos sa kanyang tatay dala-dala ang nasirang tren at mga gulong nito sa kanyang kamay.

"All wheels are here," exclaimed Jimmy, running to his father with the broken train in his hands.

"Heto, nakita ko na ang basketball!" masayang balita ng pangalawa niyang kuya.

"Here, I found the basketball!" screamed the middle brother with excitement.

"Ilagay mo sa kahon... tapos na tayo," masayang wika ng panganay niyang kapatid.

"Put it in its box and...we are finished," said the oldest brother happily.

"Napakasaya ng laro natin," sabi ng pangalawang kuya habang umuupo sa kanyang kama, "Subalit isang oras nating natapos."

"It was really fun," said the middle brother, sitting down on his bed, "but it took us a whole hour."

"Hindi!" sigaw ni Jimmy, nang pumasok siya sa kuwarto. *"Huwag kang umupo diyan!"*

"Bakit ba?!" tanong ng pangalawa niyang kuya at tumalon mula sa higaan.

"No!" yelled Jimmy as he entered the room. "Don't sit there!"

"What? Why?!" asked the middle brother, jumping off the bed.

"Katatapos ko lang ligpitin ang hinigaan. Kung uupo ka ulit, kailangan mo itong ayusin muli," paliwanag ni Jimmy.

"You just made your bed. If you sit on it now, you'd have to make it again," explained Jimmy.

"Maaari na siguro tayong magbasa ng libro ngayon," mungkahi ng panganay na kapatid habang papalapit sa istante ng libro.

"Maybe we could read a book now," suggested the older brother, approaching the bookshelf.

"Huwag mong galawin ang mga librong iyan," hiyaw ni Jimmy. *"Inayos kong lahat iyan ayon sa kanilang kulay!"*

"Don't touch those books," shouted Jimmy. "I organized them all by color!"

"Pasensiya na," sabi ng panganay niyang kapatid. "Pero ano ang gagawin natin? Wala tayong puwedeng paglaruan."

"Sorry," said the oldest brother. "But what will we do? We can't play with anything."

Nag-isip sila sandali nang biglang nagkaroon ng ideya ang panganay na kapatid: "Alam ko na!"

They thought for a while and then the oldest brother shouted: "I have an idea!"

"Ano kaya kung maglinis tayo pagkaraan ng bawat laro?" mungkahi niya. "Sa ganoong paraan, walang gaanong masayang na oras kapag niligpit natin ang mga laruan."

"What if we clean up after each game?" he suggested. "Then it won't take so much time to put toys away."

"Subukan natin," masayang wika ni Jimmy.

"Let's try," said Jimmy happily.

Una, binasa ng panganay na kapatid ang isang magandang libro sa kanyang mas batang mga kapatid. Nang matapos sila, binalik niya iyon sa istante.

First, the oldest brother read a beautiful book with pop-up pictures to his younger brothers. When they finished reading, he put it back on the shelf.

Sunod, bumuo sila ng malaking gusali mula sa makukulay nilang bloke. Nang matapos sila, binalik nila ang mga bloke sa kahon – at nanatiling malinis ang kuwarto!

Next, they built a large tower out of their colorful blocks. When they were done, they put the blocks back into the box — and the room stayed clean!

Nang sandaling iyon, kumatok sina Nanay at Tatay sa pinto.
At that moment, Mom and Dad knocked on the door.

"Na-miss ko kayo," sabi ni Nanay, "pero napansin kong napanatili ninyong maayos ang inyong kuwarto. Ipinagmamalaki ko kayo."
"I missed you so much," said Mom, "but I see you managed to keep your room clean. I'm so proud of you."

"At narito ang tren mo, Jimmy," sabi ni Tatay at inaabot sa kanya ang laruan. Naayos ang mga gulong at tuwang-tuwa si Jimmy.
"And here's your train, Jimmy," said Dad, handing him the toy. The wheels were fixed and Jimmy smiled widely.

"Sinong may gusto ng mga cookies na ginawa ni Lola para sa inyo?" tanong ni Mommy.
"Who wants to try cookies that Granny made for you?" asked Mom.

"Ako!" sabay-sabay na sagot ng magkakapatid na kuneho at ng kanilang Tatay.
"Me!" shouted the bunny brothers and their Dad.

"Pero kakainin natin sila sa kusina at hindi rito sa malinis na kuwarto," seryosong wika ni Jimmy.
"Tama ako, hindi ba, Nanay?"
"But we'll eat them in the kitchen, not in this clean room," said Jimmy very seriously.
"Right, Mom?"

Humalakhak nang malakas ang buong pamilya. Pumunta sila sa kusina para kainin ang mga cookies.

The whole family started laughing loudly and went to the kitchen to eat cookies.

Simula noong araw na iyon, nais ng magkakapatid na panatilihing malinis at maayos ang kanilang mga kuwarto. Naglalaro pa rin sila subalit binabalik nila pagkatapos ang lahat ng mga laruan sa pinagkuhanan.

Since that day, the brothers loved to keep their room clean and organized. They played with all their toys but when they finished, they put everything back in its place.

Hindi na sila nahirapang linisin muli ang kanilang kuwarto.

It never took them long to clean up their room again.

www.ingramcontent.com/pod-product-compliance
Lightning Source LLC
Chambersburg PA
CBHW051303110526
44589CB00025B/2928